कुसूमकुंज

Anand Jayant Mone

BookLeaf Publishing

India | USA | UK

Dedication

प्रिय आई, बाबा आणि माझी आजी, ज्यांच्या संस्कारांमुळे आज इथपर्यंत पोहोचू शकलो , एक चांगलं आयुष्य जगण्याची संधी ज्यांनी मला देऊ केली आणि त्यातूनच लिखाण फुलत गेलं आणि मुळात जे लिखाण स्वतःपुरतं होतं ते इतरांसमोर आणायची प्रेरणा मिळाली , कारण नकळत हीच माणसं माझे पहिले वाचक होते. काही वर्षांपूर्वी जेव्हा आजी गेली , तेव्हा सहज सुचलेलं कागदावर उतरविलेलं काही बाही शब्दच इथे वापरून सुरुवात करतो या आगळ्या वेगळ्या आणि तितक्याच उस्फुर्तपणे घडून आलेल्या कवितेच्या प्रवासाला ...!

तव जगणे होते कुसुमासम
झेलित उन्हाचे चांदणे,
अन् गाणे होते क्षितीजासम
बांधीत सुरांचे तराणे..!

शिशिर ग्रीष्म वैशाख असो वा
बरसल्या श्रावणधारा,
कुसुम तुझे फुलत राहिले
झेलित वादळवारा...!

गंधित झाले अगणित क्षण
किमया अशी कुसुमांची,
धुंदीत डोले फांदी अन्
करिती नांदी आनंदाची...!

Preface

कुसूमकुंज , म्हणजे खरंतर अनेक फुलांचा गुच्छ , वेगवेगळ्या कविता एकत्र करताना यामागची भूमिका अशी फार वेगळी नाही, पण इतकी वर्षे लिहीत असताना साठलेलं , सुचलेलं आणि कागदावर उतरवलेलं असं जे काही लिखाण होतं ते पुन्हा एकदा चाळून ,थोडंफार पुन्हा लिहून ,नव्या ढंगाने पुन्हा लिहून इथे मांडलं इतकंच.

कुठली कविता जेव्हा लिहिलेली ती परिस्थिती , वेळ, मनाची अवस्था वेगळी , त्यामुळे सलग एकाच भावनेची त्यात लय नाही किंवा सूर नाही. सारं काही तेव्हाचं, त्या क्षणांचं , पण वाचताना मात्र पुन्हा त्या भावनेला अनुभवता येईल असं काहीसं साधं लिहायचा केलेला एक प्रामाणिक प्रयत्न.

हा संच एकत्र करतानाच हे जाणवलं आणि वाटलं मनाचं प्रतिबिंब मांडताना प्रत्येक लेखकाचं असंच होत असावं का ? त्या तगमगीमुळेच खरंतर या भावनांना व्यक्त करता येणं जमत असावं. पहिलाच संग्रह असल्याने फार प्रतिमेचा विचार न करता जे मनाला भावलं ते कागदावर उतरवून सादर केलं, इतकीच या मागची प्रामाणिक भूमिका आहे.

आपला

आनंद

Acknowledgements

आजवर वेगवेगळ्या स्वरुपातून व्यक्त होताना आजूबाजूच्या मित्रमैत्रिणींनी, नातेवाईकांनी, मराठी साहित्य जगतातल्या सर्व लेखकांनी दिलेल्या शब्द भांडारांनी, वर्तमान पत्रांनी, साप्ताहिकानी आणि अर्थात भरभक्कम साथ देणाऱ्या माझ्या प्रिय बायको आणि मुलाच्या प्रेमामुळे आणि पाठिंब्यामुळे आज हे शक्य झाले आहे ..!

त्या सर्वांचाच मी ऋणी राहीन आणि इथून पुढेही असेच वेगवेगळे प्रयोग करत राहीन.

1. तो आहे..!

होतात कधी काही दारं बंद
अचानक अंधार दाटून येतो,
अर्थच संपावा सगळ्याचा
सोडून द्यावं वाटतं मागे प्रारब्ध
अंधारी कशी दूर होईल ?
पण मग अचानक ढग सरून प्रकाश दिसतो,
अंधार आहे म्हणून त्याला अर्थ ,

मग वाटतं , तो आहे....!

कष्ट करून आपण थकतो
किम्मत नाही कुणाला म्हणतो ,
एकटाच झिजतोय हेच उगाळतो ,
कुणालाच कशी कळत नाही तगमग
उगाच त्रागा करतो,
साधं कसं जाणवत नाही आजूबाजूच्या लोकांना
मलाही लागत असेल आधार,
मग अचानक एखाद्या झाडाची सावली दिसते,
सावलीत असंख्य छोटी झुडपं,

आणि वाटतं तो आहे ...!

भरून येतं कधी खूप
शब्द सापडत नसतात व्यक्त व्हायला,
आजूबाजूला मात्र किलबिलाट
अचानक दुरून धून येते कानावर,
आपलंच आवडतं गाणं आणि चाल
सुखावतो जीव,

आणि वाटतं तो आहे ...!

मोकळा रस्ता एकटेच आपण
गजर कानावर निर्मळ शुद्ध,
वाटतं आपण एकाकी आहोत का ?
तेवढ्यात सर एक सुखावणारी,
आणि दिसते कुंपणावर एक कोवळी वेल
पांढरी शुभ्र कळी डुलणारी, तृप्त, समाधानी
आनंदतो जीव, पुन्हा पटतं शेवटी कि
आपण एकटे नसतोच कधी,

तो आहेच, तो असतोच .....!

2. नुसतेच शब्द

राहून द्यावं जिथलं तिथेच
जसंच्या तसं, ओबडधोबड,
अस्ताव्यस्त, आडवंतिडवं,
उगाच जाऊ नये
सावरायला, मांडायला,
ज्याचं त्यालाच बनवू द्यावं,
करू द्यावं, सावरू द्यावं ...!

उडू द्यावी रेती माती वाऱ्यासोबत
हवी तिथे, दहा दिशांना,
जाऊ नये, तिला मुठीत पकडायला,
जमिनीवर चित्र रेखाटायला,
उडल्याशिवाय का तिला कळेल,
दूरचं गाव देश माणसं ...!

राहू द्यावं नातं तसंच
अर्धवट, संपुर्ण, मुकं,बोलकं,
हळुवार, कठोर,
योग्य अयोग्य असं नसतंच काही,
आहे तेच खरं मानावं,

उलगडू द्यावेत रंग खरे,
लावू नयेत उगाच नकली छटा ...!

वाहू द्यावं पाणी तसंच
दिशा बदलत त्याच्याच तालात,
उगाच जाऊ नये त्याची वाट अडवायला,
कधी मिळते त्याला नदी,
कधी समुद्र ,कधी डबकं,
त्याचं त्यालाच शोधू द्यावं,
त्यातूनच ते ओलांडायला शिकतं मोठी दरी ..!

राहू द्यावं मन असंच
मोकळं हलकं शांत विचारशून्य,
अव्यक्त नितळ,
तेव्हाच सुचतात शब्द,
सोपे सरळ साधे,
निरभ्र स्पष्ट मग्न ...!

3. खोटी पुस्तकं

मला वाटतं, पुस्तकं असतात खोटी
होय खोटीच...!
कुणी माणूस काहीबाही लिहितो,
दुसरा वाचतो, त्याला कधी पटतं,
कधी मन आतून तुटतं,
कधी फेकून देतो तो वाचून,
तर कधी डोक्यावर घेऊन मिरवतो,
कधी नुसतंच शब्दांचं वाचन, कधी डोळ्यांना धार,
कधी कुठे कुणाला गालबोट, कधी नसलेल्याच उदात्तीकरण ,
कधी अपमान कधी आदर,
कधी आनंदाचं उधाण,
कधी उगाच केलेला विरोध,
का सांगतात पुस्तकं अशा वेगवेगळ्या अर्थाच्या गोष्टी,
का पोहाचत नाहीत त्यांचे शब्द एकाच सरीप्रमाणे ?
का लपवतात ती काही गुपितं ?
का पोहोचत नाहीत त्यांचे शब्द जसेच्या तसे ?

पुस्तकंच असतात खोटी,
माणसं तेवढी खरी ....!

4. पायवाट

चालत राहावं माणसानं
जरी वाट वेगळी भासली तरी,
धुंडाळावी ती पायवाट अशा जंगलातली,
वाळलेली पानं आपलीच,
अन नवी फुटलेली पालवी सुद्धा,
कधी काटा घुसला तरी,
अन कधी कोवळी फांदी बिलगली तरी,
घेत राहावेत श्वास,
कधी मोकळ्या थंड हवेत,
तर कधी कोंदटलेल्या झुडपात,
आपल्या हातात नसतंच ते श्वास घेणं,
होत राहते ती क्रिया आपोआप,
जसं जसं पुढे जाऊ तशी होते ओळख, नव्यानेच,
आपलीच आपल्याला,
काय हवंहवंसं वाटतं, काय नकोसं,
उमगत राहतं हळूहळू,
सोडता काहीच येत नाही मागं,
पण ,हुरहूर वाढत राहते ,
सगळ्याचीच तेवढीच काळजी वाटते,
पण, सोबत थोडीच नेता येते सगळी पायवाट उचलून,

ती हि मागेच पडत राहते,
मग उरतो अनुभव पण तो हि तोकडाच,
पुढच्या वाटेचं जग अजून वेगळं,

मग उमगतं ,चालत राहाणं एवढंच आपल्या हातात,
अनुभवावं, स्पर्शून घ्यावं,
साठवावं मनात पण पुढचं वळण नेहमीच नवं..!
सुटल्याचं दुःख नकोच,
नव्याचा ध्यास घ्यावा अन विसरावं सारं.
यालाच म्हणतात आयुष्य बहुदा .....!

5. पानाचं आयुष्य

एकदा गळालं पान कि पुन्हा नसते माघार,
फांदी सुटते तशी दुरावते ती सावली आणि साथ,
जमिनीच्या ओढीने कितीही वेगाने झेपावलं तरी,
तुटतोच तो धागा ज्याने जपलेलं असतं पानाचं हिरवेपण..!

मग सुकतं ते पान होतो रंग पिवळा
शिरा जातात वाळुन,
जमीन सामावून घेते खरी आणि
पानही होतं मग माती,

पुन्हा रुजतं मुळांमधून,
नव्या फांदीवर हिरवं होऊन कोंब व्हायला ...!

यालाच म्हणतात का आयुष्य ?
झोकून देणं , तृप्त होऊन आणि
पुन्हा जन्म घेणं आपसूक , नकळत ..?

6. उत्तरायण

सरत जातो प्रकाश, आपल्याच भवतालचा
दिसत असतं धूसर पण नजर होते अधू,
रम्य संध्याकाळी इथेच होते केशरी रंग,
ते अनुभवलेले तेच डोळे आता थकून मिटू लागलेले..!

दिवसाच्या भरगच्च प्रकाशात रंगवलेली स्वप्ने,
अन पाहिलेलं निळं आकाश असतं तिथेच,
पहाटेच्या उगवत्या कोवळ्या कोमल
सूर्याचं दर्शन इथेच घेतलेलं असतं ,
त्याच्या कोवळेपणात साठवलेल्या असतात,
अनेक हिरव्या आठवणी..!

एवढं सगळं आयुष्य सारतो मागे आपण शेवटी
आणि कुरवाळून टाकतो
त्या न संपणाऱ्या अंधाऱ्या रात्रीला,
अनोळखी असली तरी शेवटी तीही असतेच आपली,
तिला आपली आणि आपल्याला तिची सोबत..!

लाखो प्रकाशवर्ष दूर असणाऱ्या ताऱ्यांना
आपली नसते फिकीर,

पण आपण पाहत राहतो ते लुकलुकणारं चांदणं.
निवांत बसावं अशा ठिकाणी ,
होत जावं अदृश्य,
हळूहळू विसरत जावं आयुष्य,
अन एकेदिवशी स्वतः लाच विसरावं ...!

यालाच म्हणतात का आयुष्याचं उत्तरायण ?

7. तुझी न माझी

तुला आठवतं ते बिन शब्दांचं भांडण?
श्वास दुरून खुणवायचे आणि
हुंकार तोऱ्यात मिरवायचे,
दिवस जायचे रात्री जायच्या,
मग कधी वावरताना हलकेच चुकून झालेला
ओझरता स्पर्श, हातांचा , पदराचा , नजरेचा,
अचानक मोडायचा अबोला आणि
घेऊन जायचा तिथे ,
जिथे ओथंबून नहायचो आपण ओढीने
पण अबोल्यानेच,
चांदण्याच्या साक्षीने नखशिखांत ..!

मग अशातच पहाट व्हायची,
हसरा दिवस यायचा, जणू काही झालंच नाही
काही झालंच नव्हतं,
कुठे पळायचे ते अभिमानाचे डोंगर ,
ईर्षेचे वारे कुणास ठाऊक ,
आपण व्हायचो पुन्हा साधे सरळ,
वाहणाऱ्या पाण्यासारखे ,

मग कळायचं तुझं माझं काही नव्हतंच
होतं ते फक्त मळभ कोंदलेल्या शब्दांचं
एक खिडकी उघडली कि मोकळं झालं नातं
आणि सूर आले पुन्हा दुरून ज्यांनी सुचवली नवी गाणी ...!

पण ती होती आपली , ना तुझी ना माझी
फक्त आपली ...!

८. शोध

जन्म घेतल्यापासून चालूच असतो शोध
सतत अविरत न थांबता , कशाचा न कशाचा तरी !
शरीर, मेंदू, दृष्टी , गंध, ध्वनी ,हातपाय ,
आपोआप चालू होते वाटचाल सगळ्याचीच,
अन्न , हवा ,पाणी , निवारा शोधताना विसरत जातो आपण आपलाच
उद्देश जन्माचा ,
खरंतर माहित असतो का तो आपल्याला हाच मोठा प्रश्न आहे ...!
काय हवं यापेक्षा समाज ,लोक काय पाहतील म्हणतील याच
निकषाने करत राहतो निवड ,
कधी आनंदाने कधी कुढत...!
फुलूनच देत नाही आतल्या आवाजाला, दाबत राहतो सतत भयाने,
लाजेने, अनिच्छेने ..!
मन असतं म्हणे आत कुठे अदृश्य ठिकाणी मेंदूत,
देत राहतो त्याला न दिसणारे चटके,
कधी कुजबुजत, कधी ओरडत राहतं तेही,
पण मनाचं ऐकायचं नाही ,याच शिकवणीने करत राहतो दुर्लक्ष ...!

आणि अचानक ,
मग एखादं झाड दिसतं एकटंच उंच ऊभं,
कुठे एका गर्द जंगलात एकटंच हरीण,

कुठे अजस्त्र झाडाच्या फांदीवर एकटं बसलेलं पाखरू,
डोंगरावरच्या कड्यावर डुलणारं एक रानफुल,
असंख्य लाटा झेलणारा एक काठावरचा दगड,
काव्यामिट्र अंधारात चमकणारा एकच काजवा,
आणि डोळे बंद केले कि दिसणारा मला जाणणारा मी .!

अरे हा तर इथेच होता पण त्यासाठी शोध पुन्हा बाहेरच चालू होता ,
इतरांचं एकटेपण पाहून स्वतःच्या अस्तित्वाची जाणीव होते हेच खरं,
आणि हाच विरोधाभास म्हणजे जीवनातला खरा शोध ...!

९. ओऍसिस आणि धूमकेतू

जगत राहतो आपण तसेच
तुटलेल्या धाग्यांसोबत,
उसवलेल्या नात्यांतून
पटत नसलं तरी दूर सारत राहतो,
तीच माणसं तेच चेहरे नकोसे झालेले,
कारण, असह्य होऊन आपण सरते शेवटी स्वतः ला ठेवतो पुढे ,
आता बस म्हणत, आणि फुंकर घालतो दुखावलेल्या मनाला
दिलासा देतो त्याला कि आपल्यालाही त्याच काळजी आहे ..!

वाटत कशाला एवढा त्रास करून घ्यावा
झुगारून द्यावं सगळं न पटणारं, मनाला न सुखावणारं,
उगाच खोटं हसू दाखवत कशाला मांडावं हे नाटक
ओलावा संपलेल्या माती सारखं
उलट शोधावं असं ओऍसिस जे शांत करेल आत्म्याला,
अगदी नितळ पाण्यासारखं ...!

थोडं असलं तरी खरं असावं
जे काही असेल नसेल ,नात्यात संवादात ,
स्वार्थ सगळीकडेच असतो त्याला आपल्या माणसांवर इतकं वापरू
नये कि,

लांब पोकळीत अदृष्य होईल माणूस त्या व्यथेने,
फसवले गेल्याच्या दुःखाने ...!

दूर गेलं कि प्रत्येकालाच होते जाणीव
निसटलेल्या संधीची ,
पण अवघड होतं पुन्हा ओढून आणणं एकदा सुटलेल्या धूमकेतूला,
दिसत राहतो तो दुरून पण भेट मात्र अशक्य,
निघून जातो तो नव्या ओऍसिस च्या शोधात दूर क्षितिजापलीकडे ...!
आनंदी होऊन, स्वतःमध्येच मग्न होऊन...!

10. हट्ट

कधीतरी उगाच हिरमुसून बसावं,
रुसावं या आयुष्यावर, हट्ट करावा उगाच..!
आणि दूर कुठे क्षितिजावर
बुडून गेलेल्या सूर्याला म्हणावं,
नको येऊस पुन्हा,
असं म्हणताच वाऱ्याने येऊन ,
कानाशी कुजबूज करावी,
त्या गार झुळुकेने छेडले जावे ,
जुने ठेवणीतले सूर आणि
अचानक डोळ्या समोर यावे,
धूसर पावसाळी दिवसाचे क्षण ,
त्यात दिसणाऱ्या समोर पडणाऱ्या थेंबानी
हळूच कानोसा घेऊन आपल्या कडे बघावं
आणि
जमिनीत लुप्त होऊन जावं...!

मग दिसावी उबदार चूल आणि बाडगणाऱ्या ज्वाळा,
त्या मैफिलीत फडफडणाऱ्या पिवळ्या दिव्याने
आपला जीव मुक्त करावा, आणि
पसरावा काळामिट्ट अंधार आणि

मग पुन्हां हिरमुसून बसावं,
हट्ट करावा ,रुसावं आणि
कोसावं त्या दिव्याला..!

परत उजळण्यासाठी, क्षणात डोळे उघडावे
आणि
बघावं समोर तांबड्या रंगाच्या क्षितिजावरून
वर येणारं लाल सूर्य बिंब.....!

11. पहाडाची गाणी

शुभ्र नभाचे कण कोसळले
कोरड्या पहाडावरी,
नकळत सारे अवचित घडले
निळ्या पिसाच्या समोरी

गार वारा त्यात जुंपला
दोस्ती करावयाला,
शुभ्र कणांच्या गर्व मनाला
लावी मौन धरावायला,

सूर्य न्याहाळी रंग सोहळा
हास्य फुटे आसमंताला,
क्षणात येई ऊन सावली
धडकी शुभ्र कणाला,

ऋतू पालटती होई नांदी
पहाड गाती गाणी,
पाण्याचे ते नितळ झरे अन,
होती त्यांची वाणी...!

निळ्या नभाचे मन पाखरू
साद घाली झऱ्याला
बालपणीच्या क्षणांस घेऊन
पाणी जाई माहेरा...!

12. जगणे म्हणजे

जगणे म्हणजे,
शिंपल्यातले मोती शोधत वाहणे,
कधी हर्ष तर कधी निराशा, हाती झेलत जाणे..!

जगणे म्हणजे,
शंखातुनी जन्म घेऊनि मुक्त आकाश पहावे,
तिमिर दूर कराया अपुलाच प्रकाश व्हावे..!

जगणे म्हणजे,
रेती वरती पाऊल रेखित जाणे,
मिटले जरी जुने ठसे तरी, लाटेला खुणवत हसणे...!

जगणे म्हणजे,
नव्या दिशेला प्रकाश शोधत जाणे,
कड्याकपारी ओलांडुनी पल्याड पाहत जावे...!

13. नशा

कुणी लुटावे शब्द बापुडे
कुणी उधळावे सूर,
कुणी विकावी रितीच ओंजळ
अन लागावी हुरहुर....

कुणी लुटावी निसर्गमाया
कुणी टिपावे शुभ्र चांदणे,
कुणी शोधाव्या अंधारछाया
व्हावे तेथेच नांदणे....

कुणी पळावे सुसाट आणि
कुणी अलगद तरंगावे,
कुणी डोकवे अंतरात
अन जगणे व्हावे गाणे....

कुणी जमवती सखे सोबती
कुणी खुशाल चेंडू,
कुणा खुणावते दिशा एकटी
चला तीच धुंडाळू....

कुणकुणाची कथा इथे अन
कुणकुणाची व्यथा,
जगणे म्हणजे हेच असावे
तृप्तीची ही नशा...!

14. जगण्यातला अर्थ

नको नभा तो तुझा पसारा
नको पर्वता तुझा नजारा
अफाट तुझिया दुनियेमध्ये,
एकही घरटे नसे पामरा....!

नको सागरा तुझा किनारा
नको दिशांचा तोच इशारा
धुंडाळूनी या जगास साऱ्या,
एकटाच तो फिरतो वारा....!

इथेच थांबून वळतो आता
इथेच थांबून जगतो आता
हरवून गेले तेच शोधतो
विसरून गेले ते आठवतो..!

हिशोब सारा इतका सोपा
अवघड उगाच करुनी बसलो,
उगा धावून काय मिळवले
चैन जीवाचा गमवुनी बसलो..!
सावलीत या सुखावतो अन,

ओंजळीत या घेतो माती...
विहीर अजून ती तशीच ओली,
कवेत घेतो काळे मोती...

कुठे झऱ्याची मंजुळ गाणी
कुठे वाहते नितळ पाणी,
कुठे डोलते एकच पाते
जगास साऱ्या ते न्याहळते..!
प्रकाश खेळे लपंडाव अन
कधी सरी या डाव साधती,
ओथंबून हि पाने हिरवी
त्या तालावर स्वैर नाचती...

मुक्त पहाटे दिसे पाखरू,
बंधन त्याला नसे उडाया,
सांजवेळ हि येता दाटून,
घरट्यातच मग मिळते माया,

निसर्ग सांगे कसे वहावे
कसे लुटावे त्याचे देणे,
द्यावे घ्यावे आनंदाने,
अन नांदावे सोबतीने...!

साधे सोपे सरळ जगावे
नकोच खोटा तो देखावा,
श्वासाचे ते गणित नसावे,
जगण्याला या अर्थ द्यावा....!

15. जाताना फक्त एक आठवण देऊन जाईन तुला...!

जाताना फक्त एक आठवण देऊन जाईन तुला...!
आठवावं असं खूप आहे
सगळंच तू आठवू नकोस,
झेलावं असं खूप आहे
सगळंच तू झेलू नकोस.

आठव पेललेली आव्हानं
झेल श्वासाच नवं गाणं ,
म्हणताना फक्त आठव मला
जाताना फक्त एक आठवण देऊन जाईन तुला...!

खूप पूर्वी बोलीन म्हटलं
इच्छेला शब्द सापडलेच नाहीत,
पटकन अंतर कापीन म्हटलं
आशेला श्वास पुरलेच नाहीत.

झालं गेलं जाऊ देत
फक्त एकच लक्षात ठेव,
डहाळीची फुलंही फार काळ टिकत नाहीत

आकाशाला भिऊन काही झाडाच्या फांद्या वाकत नाहीत.
फुलाकडून फुलणं शिक
फांदीकडण भिडणं शिक,
शिकताना फक्त आठव मला
जाताना फक्त एक आठवण देऊन जाईन तुला...!

कधी तुला एकट वाटेल
तेव्हा आठव नभातल चांदणं ,
आपल्या अंगणातल्या पारावर
कधी व्हायचं त्यांचं नांदण.
आता तिथे ते नसेल
पण तिथे तू असशील,
तुझ्या त्या असण्यानंच
तू त्यांचं नसणं पुसशील.

चांदणं होऊन पसरायचं तुला
माझ्यासाठी जगायचय तुला
जगताना फक्त आठव मला
जाताना फक्त एक आठवण देऊन जाईन तुला...!

रडू नकोस...
रडण्याने का प्रश्न सुटतात ?
मी रोज भेटेन तुला
रोपट्याच्या पालवी मधून ,
झाडाच्या सावली मधून
खिडकीतून येणाऱ्या कोवळ्या उन्हामधून.

ऋतू बदलतात ,पाने गळतात
फक्त नव्यानं फुलण्यासाठी ,
नदी आटते नभ फाटते
फक्त नव्यानं वाहण्यासाठी .
ऋतू कडनं फुलणं शिक
नदीकडनं वाहणं शिक,
वाहताना फक्त आठव मला
जाताना फक्त एक आठवण देऊन जाईन तुला...!

आता फार बोलत नाही
नाहीतर डोळे भरून येतील ,
दाटलेल्या अश्रूंना,
डोळ्यामध्ये पूर येतील.
भरलेल्या डोळ्यांना
काहीच दिसायचं नाही
कितीही फसवलं तरी
मन फसायचं नाही.

तुला मात्र सगळं पहायचंय
आयुष्यभर फक्त हसायचंय,
हसताना फक्त आठव मला
जाताना फक्त एक आठवण देऊन जाईन तुला...!

16. एकांत

दाटलेल्या ढगांना
आतुर अशी किनार
आठवांच्या थेंबांना
मातीचा हुंकार,

मनातून उमटलेला
कोवळा स्वर
निळ्या पाण्याचा
गहिरा तळ,

धूसर पहाटेला
फांदीवर चा पक्षी
अदृश्य आकाशाला
सोनेरी नक्षी,

केसरी कातरवेळेला
दिव्यांची आरास
अंधाराच्या साथीला
स्वप्नांचा प्रकाश,

स्वप्न की सत्य
याचीच भ्रांत
अनमोल क्षणांचा
दुर्मिळ एकांत..!

17. झाडं

झाडं असतात स्तब्ध, शांत, एकटी पण स्थिर..!
झाडं घेत नाहीत सूड,
भुकेल्या जीवाने जरी पानं ओरबाडली,
कोवळ्या कळ्या कुणी खुडल्या किंवा
ताजी फुलं कुणी तोडली,
पहात राहतात निशब्द नजरेने,
पुन्हा सोडतात मोठा श्वास आणि
सांगतात मुळांना अजून पसरायला ...!

झाडं घेत नाहीत सूड,
जेव्हा एखादा सुरवंट खात सुटतो हिरवी पाने
चिकटतो एखाद्या पानाला,
कुठलीशी वेल बिलगते मोठ्या खोडाला,
वाढत राहते आधाराने,
पहात राहतात डोळे विस्फारून,पोसत राहतात त्या नव्या जीवांना ,
घेतात अजून उर भरून श्वास ...!

झाडं घेत नाहीत सूड,
कारण झाडं असतात खंबीर , कणखर पण हळवी
सोडून पळून जाऊ शकत नाहीत आपल्याच सोयऱ्यांना ,

जमेल तसं वाढतात पण टिकून राहतात ,
जो पर्यंत कुणी येऊन तोडत नाही त्यांचं खोड अगदी मुळापासून ...!

झाडं तरीही घेत नाहीत सूड
झाडं तरीही घेत नाहीत सूड ....!

18. तोच पाउस

थेंबांचा ताल
बरसणारी पैंजणे,
नदीचा नाद,
आसक्त साद.

धरित्रीचा पदर,
गर्द हिरवा डोंगर,
अंगावर शहरा,
विजेचा पहारा.

डोळ्यांना धार,
धारांचा खेळ,
वाऱ्याचा गजर,
खडकांना पाझर.

देवाचा नवस,
उपाशी पोट,
फाटलेला ढग ,
शिवलेलं काळीज.

तृप्त माती,
पाण्याचा उन्माद,
भुईसपाट शेत,
विझलेलं प्रेत..!

19. स्वप्नं

कुठल्याशा रस्त्याने एकदाच प्रवास करतो आपण
का निवडतो तोच रस्ता ?
ठरलेलं असतं म्हणे सगळं प्राक्तन पुढचं मागचं सगळं,
पण तरीही निर्णय आपणच घेतो. खरे खोटेही आपणच ठरवतो ..!

काळं पांढरं सगळंच नसतं,
पण काहीतरी खुपतं म्हणून आपण वाटणी करतो,
मनातल्या भिंतींची आणि बुजवतो खिडक्या ज्यातून आवडीचे सूर
यायचे,
मग गाणं बेसूर होऊ लागतं,
नवीन शब्द शोधतो आपण पण चाल काही गवसत नाहीच ...!

कधी दूर जाऊन बसतो आपल्याच सावली पासून ,पण त्यानं ओळख
थोडीच पुसली जाते ?
आपण तरीही असतो तितकेच आवडते आणि तितकेच नावडते,
कुणालातरी ..!
सतत मनात तोलत राहतो आपण आपलंच वजन इतरांच्या नजरेतलं
..!

खरंतर आपण असतोच खूप छोटे , मोठ्या जगाच्या पाठीवर ,

मन मात्र अथांग असतं ज्यात असते क्षमता आपल्याला क्षितीजाच्या
पलीकडे नेण्याची ,
म्हणून आपल्यापेक्षा स्वप्न मोठी असतात ,
जी दाखवतात असं जग जे दबून असतं आत खोल कुठेतरी...!
मला वाटतं जगात स्वप्न हीच खरी बाकी सगळं झूठ ,
कारण स्वप्नांना नसतात सीमा ,आखीव संहिता किंवा शब्द .
ती असतात मोकळी , त्यांना नसते सुरुवात आणि शेवट ,
म्हणूनच ,ती हवं ते करू शकतात ,दाखवू शकतात,

बाकी आयुष्य आहेच साचेबद्ध , ठरलेलं ,
एक सारखं आणि नियमांनी बांधलेलं .
स्वप्नं तेवढी मुक्त ....!

20. चक्र

मी खरंच कोण,
भूतकाळातल्या साचलेल्या आठवणींचा ढीग ?
कि भविष्याचं स्वप्न पाहणारा एक जीव ?
शरीराचं अस्तित्व खरं कि आतल्या न दिसणाऱ्या मनाचं ?
आपण अदृश्य स्वरूपात किती जगतो ,वाढतो हे खरंतर मोजमाप
करण्यापलीकडचं ..,
वय वाढतं तसं मन वाढतंच असं नाही ,
त्याला वाढण्यासाठी बसावे लागतात चटके ,कड्यावरून पडावं
लागतं ,
जखमी होऊन होरपळुन, पुन्हा कोमेजून उभारी घ्यावी लागते ,
मग लोकं म्हणतात मोठा झालास कि...!

आयुष्यभर साचवत राहतो आपण असं काहीबाही तुटलेलं , खुंटलेलं ,
आणि विस्तारत राहतो कक्षा ,
शरीर वाढतं त्या पेक्षा कित्येक पटींनी वाढतं मन ,
आकाशला स्पर्शून येऊ इतकं ,
मग हळूहळू कळतं , कि हे वाढणं सुद्धा खरं नाहीच ,
कारण तो पर्यंत शरीराने सोडलेली असते साथ वाढायची, ते लागतं
उतरणीला,
तसं जाणवतं जे गोळा केलंय ते मन सुद्धा विसरतंय,

रिकामं होत चाललंय ते हि, आणि अचानक वाटतं हलकं ,
कदाचित मी धरूनच ठेवलं नसतं जर तर बरं झालं असतं का ?
लहान शरीर ,छोटं मन जास्त सुंदर , निकोप वाटायला लागतं मग,

तिथेच सोडतो मग आपण दोघांना आणि सुटतो या आयुष्याच्या
चक्रातून ...!

21. आशा

आशेला भूलताना
स्वप्न ते फुलले,
नदीला मिळताना
थेंबही हरले..!

उमलून कोमेजताना
फुलही हसले,
सरूनही उरताना
क्षणही फसले....!

स्वप्नात रमताना
सत्यही सरले,
उरत जपताना
भास जुने स्मरले...!

आभाळाला सोडताना
पाणीही रुसले,
डोळ्यांनी अश्रूंना
स्वतःच पुसले...!

सुख दुखाना झेलताना
श्वासही संपले,
संपलेल्या श्वासांना, गंध तरी कसले....?
हे गंध आशेचे....
एका नव्या दिशेचे,
नव्या क्षितिजाच्या , नव्या प्रवासाचे,
नव्या आकाशाच्या, नव्या मुक्कामाचे.....!

* 9 7 8 9 3 7 0 9 2 8 1 7 6 *